安全衛生・技能実習用語

Dụng ngữ thực tập kỹ năng -
an toàn vệ sinh lao động

<はじめに>

ようこそ日本へ

本書は、各職種に共通する「安全衛生・技能実習用語」の専門用語集です。
基本的な専門用語が約200語収録されています。

<用語の調べ方>

- ベトナム語からの日本語を知りたいときは、第1章のベトナム語のアルファベット順で調べてください。
  ・・・・・・・・・・・・・・・・・・P 6
- 日本語からのベトナム語を知りたいときは、第2章の日本語の五十音順で調べてください。
  ・・・・・・・・・・・・・・・・・・P33

⟨ Lời nói đầu ⟩

Chào mừng các bạn đến Nhật Bản

Tài liệu [Dụng ngữ thực tập kỹ năng - an toàn vệ sinh lao động] này với khoảng 200 từ ngữ là các thuật ngữ cơ bản được biên soạn nhằm tổng hợp những dụng ngữ chuyên dụng phổ biến trong các ngành nghề khác nhau.

⟨ Cách tra cứu thuật ngữ ⟩

- Khi cần tra cứu thuật ngữ từ Tiếng Việt sang Tiếng Nhật, vui lòng tham khảo theo Bảng chữ cái Tiếng Việt được thể hiện ở Chương I.
  .... P 6
- Khi cần tra cứu thuật ngữ từ Tiếng Nhật sang Tiếng Việt, vui lòng tham khảo theo thứ tự Bảng chữ cái Tiếng Nhật được thể hiện ở Chương II.
  .... P33

MEMO

1. Từ Tiếng Việt qua Tiếng Nhật (An toàn vệ sinh)

	ベトナム語	日本語
1	(Dọn) Vệ sinh	そうじ 掃除
2	An toàn	あんぜん 安全
3	Bảng biểu thị	ひょうじばん 表示板
4	Báo cáo	ほうこくする 報告する
5	Bảo hiểm tai nạn	ろうさいほけん 労災保険
6	Bao tay	てぶくろ 手袋
7	Bắt lửa	いんか 引火
8	Bệnh	びょうき 病気
9	Bị cuộn vào / Dính vào	まきこまれ 巻き込まれ
10	Bị đổ hàng hóa	にくずれ 荷崩れ

	ベトナム語	日本語
11	Biển báo / Ký hiệu	ひょうしき 標識
12	Biển báo an toàn	あんぜんひょうしき 安全標識
13	Bình chữa cháy	しょうかき 消火器
14	Bỏng (bị bỏng do lửa) / Phỏng	やけど 火傷
15	Buông ra, thả ra	はなせ 放せ
16	Cách sử dụng đúng	ただしいとりあつかい 正しい取り扱い

てぶくろ（手袋）

しょうかき（消火器）

	ベトナム語	日本語
17	Cái bịt tai	みみせん 耳栓
18	Cấm bật công tắc	すいっちいれるな スイッチ入れるな
19	Cấm chạy	はしるな 走るな
20	Cấm hút thuốc	きんえん 禁煙
21	Cấm lửa / Nghiêm cấm hỏa khí	かきげんきん 火気厳禁
22	Cấm ngắt công tắc	すいっちきるな スイッチ切るな
23	Cấm sờ / Cấm chạm vào	さわるな 触るな
24	Cấm sử dụng	つかうな 使うな
25	Cấm sử dụng	しようきんし 使用禁止
26	Cấm trộn lẫn / Cấm hòa lẫn	まぜるな 混ぜるな

	ベトナム語	日本語
27	Cấm vận hành	うごかすな 動かすな
28	Cấm vào / Không phận sự miễn vào	たちいりきんし 立入禁止
29	Cấm vào	はいるな 入るな
30	Chỉ thị tác nghiệp	さぎょうしじ 作業指示
31	Chú ý cẩn thận	きをつける 気をつける
32	Chú ý phía trên đầu	ずじょうちゅうい 頭上注意

きんえん（禁煙）

かきげんきん
（火気厳禁）

	ベトナム語	日本語
33	Chữa cháy	しょうか 消火
34	Chuông báo sự cố bất thường / Chuông báo động	ひじょうべる 非常ベル
35	Công tắc dừng khẩn cấp	ひじょうていしぼたん 非常停止ボタン
36	Đai an toàn	あんぜんたい 安全帯
37	Dấu hiệu / Hiệu lệnh	あいず 合図
38	Dây cứu sinh / Dây bảo hiểm	いのちづな 命綱
39	Dị âm (âm thanh khác lạ) / Tiếng động lạ	いじょうおん(おかしなおと) 異常音（おかしな音）
40	Điện	でんき 電気
41	Điện cao thế	こうでんあつ 高電圧
42	Điện giật	かんでん 感電

	ベトナム語	日本語
43	Động đất	じしん 地震
44	Dụng cụ bảo hộ	ほごぐ 保護具
45	Giày bảo hộ	あんぜんぐつ 安全靴
46	Hạng mục kiểm tra	てんけんじこう 点検事項

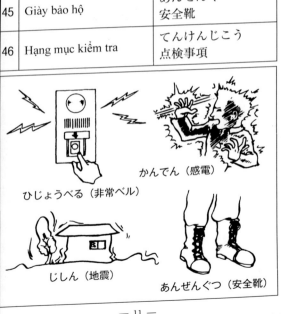

かんでん（感電）

ひじょうべる（非常ベル）

じしん（地震）

あんぜんぐつ（安全靴）

	ベトナム語	日本語
47	Hạng mục nghiêm cấm	きんしじこう 禁止事項
48	Hỏa hoạn (cháy)	かさい（かじ） 火災（火事）
49	Hỏa khí / Lửa cháy	かき 火気
50	Hộp y tế	きゅうきゅうばこ 救急箱
51	Hư / Hỏng	こしょう 故障
52	Huấn luyện an toàn lao động	あんぜんきょういく 安全教育
53	Huấn luyện lánh nạn / Huấn luyện sơ tán	ひなんくんれん 避難訓練
54	Kẹp / Kẹt vào giữa	はさまれ 挟まれ
55	Khí độc	ゆうがいがす 有害ガス
56	Không ổn định	ふあんてい 不安定

	ベトナム語	日本語
57	Kiểm điểm / Kiểm tra	てんけん 点検
58	Kiểm tra xác nhận an toàn	あんぜんかくにん 安全確認
59	Kính bảo hộ	ほごめがね 保護メガネ
60	Lái xe an toàn	あんぜんうんてん 安全運転
61	Lánh nạn / Tị nạn / Tìm cách thoát nạn / Sơ tán	ひなん 避難

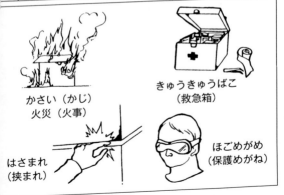

かさい（かじ）
火災（火事）

きゅうきゅうばこ
（救急箱）

はさまれ
（挟まれ）

ほごめがめ
（保護めがね）

	ベトナム語	日本語
62	Lối đi an toàn	あんぜんつうろ 安全通路
63	Lối thoát hiểm	ひじょうぐち 非常口
64	Lưu ý	ちゅういする 注意する
65	Mặt nạ / Khẩu trang	ますく マスク
66	Mặt nạ phòng độc	ぼうどくますく 防毒マスク
67	Mũ bảo hộ (mũ công trường, mũ bảo hiểm)	ほごぼう(あんぜんぼう、へるめっと) 保護帽(安全帽、ヘルメット)
68	Nắp đậy/vỏ bọc an toàn	あんぜんかばー 安全カバー
69	Người phụ trách / Người có trách nhiệm	せきにんしゃ 責任者
70	Nguy hiểm	あぶない（きけん） 危ない（危険）
71	Nhiệt độ cao	こうねつ 高熱

	ベトナム語	日本語
72	Phát nổ / Vụ nổ	ばくはつ 爆発
73	Phương pháp sử dụng	とりあつかいほうほう 取扱い方法
74	Quần áo / Phục trang	ふくそう 服装
75	Quần áo tác nghiệp / Trang phục bảo hộ	さぎょうふく 作業服
76	Quản lý sức khỏe	けんこうかんり 健康管理
77	Quy tắc / Quy định / Nội quy	きそく 規則

ますく　　　ほごぼう（あんぜんぼう、へるめっと）
（マスク）　保護帽（安全帽、ヘルメット

	ベトナム語	日本語
78	Rò rỉ dầu	あぶらもれ 油漏れ
79	Rò rỉ khí gas	がすもれ ガス漏れ
80	Rơi (Vật rơi) / Ngã	おちる(てんらく) 落ちる(転落)
81	Rơi xuống / Quay ngược / Lật úp	てんとう 転倒
82	Sắp xếp sàng lọc / Chỉnh lý chỉnh đốn	せいりせいとん 整理整頓
83	Sự chiếu sáng / Chiếu sáng	しょうめい 照明
84	Sự dọn dẹp sau khi xong việc	あとかたづけ 後片付け
85	Sự nối với đất / Dây mát	あーす アース
86	Sửa chữa	しゅうり 修理
87	Tác nghiệp trên cao	こうしょさぎょう 高所作業

	ベトナム語	日本語
88	Tài liệu hướng dẫn trình tự tác nghiệp	さぎょうてじゅんしょ 作業手順書
89	Thảm họa / Tai hoạ	さいがい 災害
90	Thang đứng / Thang gấp có bậc	きゃたつ 脚立
91	Thuốc	くすり 薬
92	Tiếng ồn	そうおん 騒音
93	Tiếp xúc	せっしょく 接触

おちる（てんらく）
落ちる（転落）

こうしょさぎょう（高所作業）

	ベトナム語	日本語
94	Trang bị bảo hộ	あんぜんそうち 安全装置
95	Trốn / Tránh / Thoát khỏi	にげろ 逃げろ
96	Trơn trượt	すべる 滑る
97	Trúng độc	ちゅうどく 中毒
98	Vết thương	けが 怪我
99	Xác nhận	かくにん 確認
100	Xe cấp cứu	きゅうきゅうしゃ 救急車

すべる（滑る）

Từ Tiếng Việt qua Tiếng Nhật (Dụng ngữ thực tập kỹ năng

	ベトナム語	日本語
101	Bài học	こうしゅう 講習
102	Báo cáo	ほうこく 報告
103	Bảo hiểm	ほけん 保険
104	Bảo hiểm tuyển dụng	こようほけん 雇用保険
105	Bảo hiểm xã hội	しゃかいほけん 社会保険
106	Câu hỏi	しつもん 質問
107	Chào hỏi	あいさつ 挨拶
108	Chủ doanh nghiệp	じぎょうぬし 事業主
109	Chủ nhiệm	しゅにん 主任
110	Chuẩn bị	じゅんび 準備

	ベトナム語	日本語
11	Chứng nhận hoàn tất	しゅうりょうしょう 修了証
12	Chuyển giao công nghệ	ぎじゅついてん 技術移転
13	Cơ bản cấp	きそきゅう 基礎級
14	Cơ quan quản lý	かんりだんたい 監理団体
15	Cơ quan tổ chức thực tập	じっしゅうじっししゃ 実習実施者
16	Công ty	かいしゃ 会社

しつもん（質問）　　　あいさつ（挨拶）

	ベトナム語	日本語
117	Công việc	しごと 仕事
118	Đánh giá	ひょうか 評価
119	Đánh giá tình trạng lưu trú	ざいりゅうじょうきょうひょうか 在留状況評価
120	Điều kiện lao động	ろうどうじょうけん 労働条件
121	Dự thi	じゅけん 受検
122	Giải tán	かいさん 解散

しごと（仕事）

こうぎ（講義）

	ベトナム語	日本語
23	Giám đốc nhà máy / Xưởng trưởng	こうじょうちょう 工場長
24	Giảng giải / Diễn giảng / Bài giảng / Giờ học	こうぎ 講義
25	Giáo trình	きょうかしょ 教科書
26	Giờ đóng cửa/Giới nghiêm	もんげん 門限
27	Giờ nghỉ giải lao	きゅうけい 休憩
28	Hạng mục liên lạc	れんらくじこう 連絡事項

きゅうけい（休憩）

きょうかしょ（教科書）

	ベトナム語	日本語
129	Hiện trường tác nghiệp / Nơi làm việc	さぎょうげんば 作業現場
130	Hộ chiếu (Passpot)	ぱすぽーと（りょけん） パスポート（旅券）
131	Học / Việc học	べんきょう 勉強
132	Học tại lớp	ざがく 座学
133	Hội nghị / Cuộc họp	かいぎ 会議
134	Hợp đồng lao động	こようけいやく 雇用契約
135	Kế hoạch	けいかく 計画

ぱすぽーと（りょけん）
パスポート（旅券）

べんきょう（勉強）

	ベトナム語	日本語
36	Kế hoạch từng bước / Việc lên kế hoạch theo từng bước	だんどり 段取り
37	Kết quả thực tập kỹ năng	ぎのうじっしゅうせいか 技能実習成果
38	Khóa học trước khi tiến hành	じぜんこうしゅう 事前講習
39	Kiểm tra thực hành kỹ năng	じつぎしけん 実技試験
40	Kỹ năng	ぎのう 技能
41	Kỳ thi chứng nhận tư cách	しかくしけん 資格試験
42	Kỳ thi kiểm tra năng lực	ぎのうけんていしけん 技能検定試験
43	Kỳ thi năng lực tiếng Nhật	にほんごのうりょくしけん 日本語能力試験
44	Kỹ thuật	ぎじゅつ 技術
45	Ký túc xá	しゅくしゃ(りょう) 宿舎(寮)

	ベトナム語	日本語
146	Làm ngoài giờ / Tăng ca	ざんぎょう 残業
147	Lao động/Làm việc	しゅうろう 就労
148	Lịch trình	にってい 日程
149	Luật Tiêu chuẩn lao động	ろうどうきじゅんほう 労働基準法
150	Mục đích thực tập kỹ năng	ぎのうじっしゅうもくてき 技能実習目的
151	Ngày nghỉ	きゅうじつ 休日
152	Nghề nghiệp	しょくぎょう 職業
153	Người chỉ dẫn / Người hướng dẫn	しどういん 指導員
154	Người chỉ đạo thực tập kỹ năng	ぎのうじっしゅうしどういん 技能実習指導員
155	Người hướng dẫn sinh hoạt	せいかつしどういん 生活指導員

	ベトナム語	日本語
56	Người phụ trách	たんとうしゃ 担当者
57	Người quản lý	かんりにん 管理人
58	Nguyện vọng chuyển tiếp	いこうきぼう 移行希望
59	Nhà máy	こうじょう 工場
60	Nhân viên (nhân viên công ty)	じゅうぎょういん(しゃいん) 従業員（社員）
61	Nơi làm việc	しょくば 職場

ざんぎょう（残業）

こうじょう（工場）

	ベトナム語	日本語
162	Ôn tập	ふくしゅう 復習
163	Pháp luật	ほうりつ 法律
164	Quốc tịch	こくせき 国籍
165	Quy tắc / Quy định / Nội quy	きそく 規則
166	Sinh hoạt tập thể	だんたいせいかつ 団体生活
167	Sổ nhật ký / Sổ ghi nhớ	にっし（にっき） 日誌（日記）
168	Sự dời đi sớm / Sự thoái lui nhanh / Về sớm	そうたい 早退
169	Sự muộn / Sự đến muộn / Đi trễ	ちこく 遅刻
170	Sự suy nghĩ lại / Rút kinh nghiệm	はんせい 反省
171	Tập hợp	しゅうごう 集合

	ベトナム語	日本語
72	Tham dự	しゅっせき 出席
73	Thảo luận	そうだん 相談
74	Thay đổi tư cách lưu trú	ざいりゅうしかくへんこう 在留資格変更
75	Thẻ lưu trú	ざいりゅうかーど 在留カード
76	Thí nghiệm khoa học	がっかしけん 学科試験

にっし（にっき）
日誌（日記）

そうだん（相談）

	ベトナム語	日本語
177	Thời gian bắt đầu công việc	しぎょうじかん 始業時間
178	Thời gian biểu/ Tỉ lệ thời gian / Chia giờ	じかんわり 時間割
179	Thời gian làm việc	きんむ(しゅうぎょう)じかん 勤務（就業）時間
180	Thời gian thực tập kỹ năng	ぎのうじっしゅうきかん 技能実習期間
181	Thói quen / Tập quán	しゅうかん 習慣
182	Thực tập kỹ năng	ぎのうじっしゅう 技能実習
183	Tiền công (tiền lương)	ちんぎん(きゅうりょう) 賃金（給料）

しぎょうじかん
（始業時間）

	ベトナム語	日本語
84	Tiền thuế	ぜいきん 税金
85	Tổng giám đốc / Giám đốc	しゃちょう 社長
86	Tri thức / Kiến thức	ちしき 知識
87	Trưởng phòng	かちょう 課長
88	Tư cách / Bằng cấp	しかく 資格
89	Tư cách lưu trú	ざいりゅうしかく 在留資格
90	Từ điển	じしょ 辞書

ちんぎん（きゅうりょう）
賃　金（給　料）

じしょ（辞書）

	ベトナム語	日本語
191	Tuyển dụng	こよう 雇用
192	Văn phòng	じむしょ 事務所
193	Vắng mặt/Không tham dự	けっせき 欠席
194	Về nước	きこく 帰国
195	Xóa bỏ	こうじょ 控除
196	Ý kiến	いけん 意見

Từ tiếng Nhật sang tiếng Việt (An toàn vệ sinh)

日本語	ベトナム語	
あーす アース	Sự nối với đất / Dây mát	85
あいず 合図	Dấu hiệu / Hiệu lệnh	37
あとかたづけ 後片付け	Sự dọn dẹp sau khi xong việc	84
あぶない（きけん） 危ない（危険）	Nguy hiểm	70
あぶらもれ 油漏れ	Rò rỉ dầu	78
あんぜん 安全	An toàn	2
あんぜんうんてん 安全運転	Lái xe an toàn	60
あんぜんかくにん 安全確認	Kiểm tra xác nhận an toàn	58
あんぜんかばー 安全カバー	Nắp đậy/vỏ bọc an toàn	68
あんぜんきょういく 安全教育	Huấn luyện an toàn lao động	52
あんぜんぐつ 安全靴	Giày bảo hộ	45
あんぜんそうち 安全装置	Trang bị bảo hộ	94

日本語	ベトナム語	
あんぜんたい 安全帯	Đai an toàn	36
あんぜんつうろ 安全通路	Lối đi an toàn	62
あんぜんひょうしき 安全標識	Biển báo an toàn	12
いじょうおん（おかしなおと） 異常音（おかしな音）	Dị âm (âm thanh khác lạ) / Tiếng động lạ	39
いのちづな 命綱	Dây cứu sinh / Dây bảo hiểm	38
いんか 引火	Bắt lửa	7
うごかすな 動かすな	Cấm vận hành	27
おちる（てんらく） 落ちる（転落）	Rơi (Vật rơi) / Ngã	80
かき 火気	Hỏa khí / Lửa cháy	49
かきげんきん 火気厳禁	Cấm lửa / Nghiêm cấm hỏa khí	21
かくにん 確認	Xác nhận	99
かさい（かじ） 火災（火事）	Hỏa hoạn (cháy)	48

日本語	ベトナム語	
がすもれ ガス漏れ	Rò rỉ khí gas	79
かんでん 感電	Điện giật	42
きそく 規則	Quy tắc / Quy định / Nội quy	77
きゃたつ 脚立	Thang đứng / Thang gấp có bậc	90
きゅうきゅうしゃ 救急車	Xe cấp cứu	100
きゅうきゅうばこ 救急箱	Hộp y tế	50
きをつける 気をつける	Chú ý cẩn thận	31
きんえん 禁煙	Cấm hút thuốc	20
きんしじこう 禁止事項	Hạng mục nghiêm cấm	47
くすり 薬	Thuốc	91
けが 怪我	Vết thương	98
けんこうかんり 健康管理	Quản lý sức khỏe	76

日本語	ベトナム語	
こうしょさぎょう 高所作業	Tác nghiệp trên cao	87
こうでんあつ 高電圧	Điện cao thế	41
こうねつ 高熱	Nhiệt độ cao	71
こしょう 故障	Hư / Hỏng	51
さいがい 災害	Thảm họa / Tai hoạ	89
さぎょうしじ 作業指示	Chỉ thị tác nghiệp	30
さぎょうてじゅんしょ 作業手順書	Tài liệu hướng dẫn trình tự tác nghiệp	88
さぎょうふく 作業服	Quần áo tác nghiệp / Trang phục bảo hộ	75
さわるな 触るな	Cấm sờ / Cấm chạm vào	23
じしん 地震	Động đất	43
しゅうり 修理	Sửa chữa	86
しょうか 消火	Chữa cháy	33

日本語	ベトナム語	
しょうかき 消火器	Bình chữa cháy	13
しようきんし 使用禁止	Cấm sử dụng	25
しょうめい 照明	Sự chiếu sáng / Chiếu sáng	83
すいっちいれるな スイッチ入れるな	Cấm bật công tắc	18
すいっちきるな スイッチ切るな	Cấm ngắt công tắc	22
ずじょうちゅうい 頭上注意	Chú ý phía trên đầu	32
すべる 滑る	Trơn trượt	96
せいりせいとん 整理整頓	Sắp xếp sàng lọc / Chỉnh lý chỉnh đốn	82
せきにんしゃ 責任者	Người phụ trách / Người có trách nhiệm	69
せっしょく 接触	Tiếp xúc	93
そうおん 騒音	Tiếng ồn	92
そうじ 掃除	(Dọn) Vệ sinh	1

日本語	ベトナム語	
ただしいとりあつかい 正しい取り扱い	Cách sử dụng đúng	16
たちいりきんし 立入禁止	Cấm vào / Không phận sự miễn vào	28
ちゅういする 注意する	Lưu ý	64
ちゅうどく 中毒	Trúng độc	97
つかうな 使うな	Cấm sử dụng	24
てぶくろ 手袋	Bao tay	6
でんき 電気	Điện	40
てんけん 点検	Kiểm điểm / Kiểm tra	57
てんけんじこう 点検事項	Hạng mục kiểm tra	46
てんとう 転倒	Rơi xuống / Quay ngược / Lật úp	81
とりあつかいほうほう 取扱い方法	Phương pháp sử dụng	73
にくずれ 荷崩れ	Bị đổ hàng hóa	10

日本語	ベトナム語	
にげろ 逃げろ	Trốn / Tránh / Thoát khỏi	95
はいるな 入るな	Cấm vào	29
ばくはつ 爆発	Phát nổ / Vụ nổ	72
はさまれ 挟まれ	Kẹp / Kẹt vào giữa	54
はしるな 走るな	Cấm chạy	19
はなせ 放せ	Buông ra, thả ra	15
ひじょうぐち 非常口	Lối thoát hiểm	63
ひじょうていしぼたん 非常停止ボタン	Công tắc dừng khẩn cấp	35
ひじょうべる 非常ベル	Chuông báo sự cố bất thường / Chuông báo động	34
ひなん 避難	Lánh nạn / Tị nạn / Tìm cách thoát nạn / Sơ tán	61
ひなんくんれん 避難訓練	Huấn luyện lánh nạn / Huấn luyện sơ tán	53
びょうき 病気	Bệnh	8

日本語	ベトナム語	
ひょうしき 標識	Biển báo / Ký hiệu	11
ひょうじばん 表示板	Bảng biểu thị	3
ふあんてい 不安定	Không ổn định	56
ふくそう 服装	Quần áo / Phục trang	74
ほうこくする 報告する	Báo cáo	4
ぼうどくますく 防毒マスク	Mặt nạ phòng độc	66
ほごぐ 保護具	Dụng cụ bảo hộ	44
ほごぼう (あんぜんぼう、へるめっと) 保護帽 (安全帽、ヘルメット)	Mũ bảo hộ (mũ công trường, mũ bảo hiểm)	67
ほごめがね 保護メガネ	Kính bảo hộ	59
まきこまれ 巻き込まれ	Bị cuộn vào / Dính vào	9
ますく マスク	Mặt nạ / Khẩu trang	65
まぜるな 混ぜるな	Cấm trộn lẫn / Cấm hòa lẫn	26

日本語	ベトナム語	
みみせん 耳栓	Cái bịt tai	17
やけど 火傷	Bỏng (bị bỏng do lửa) / Phỏng	14
ゆうがいがす 有害ガス	Khí độc	55
ろうさいほけん 労災保険	Bảo hiểm tai nạn	5

Từ tiếng Nhật sang tiếng Việt (Dụng ngữ thực tập kỹ năng

日本語	ベトナム語	
あいさつ 挨拶	Chào hỏi	102
いけん 意見	Ý kiến	196
いこうきぼう 移行希望	Nguyện vọng chuyển tiếp	158
かいぎ 会議	Hội nghị / Cuộc họp	133
かいさん 解散	Giải tán	122
かいしゃ 会社	Công ty	116
かちょう 課長	Trưởng phòng	187
がっかしけん 学科試験	Thí nghiệm khoa học	176
かんりだんたい 監理団体	Cơ quan quản lý	114
かんりにん 管理人	Người quản lý	157
きこく 帰国	Về nước	194
ぎじゅつ 技術	Kỹ thuật	144

日本語	ベトナム語	
ぎじゅついてん 技術移転	Chuyển giao công nghệ	112
きそきゅう 基礎級	Cơ bản cấp	113
きそく 規則	Quy tắc / Quy định / Nội quy	165
ぎのう 技能	Kỹ năng	140
ぎのうけんていしけん 技能検定試験	Kỳ thi kiểm tra năng lực	142
ぎのうじっしゅう 技能実習	Thực tập kỹ năng	182
ぎのうじっしゅうきかん 技能実習期間	Thời gian thực tập kỹ năng	180
ぎのうじっしゅうしどういん 技能実習指導員	Người chỉ đạo thực tập kỹ năng	154
ぎのうじっしゅうせいか 技能実習成果	Kết quả thực tập kỹ năng	137
ぎのうじっしゅうもくてき 技能実習目的	Mục đích thực tập kỹ năng	150
きゅうけい 休憩	Giờ nghỉ giải lao	127
きゅうじつ 休日	Ngày nghỉ	151

日本語	ベトナム語	
きょうかしょ 教科書	Giáo trình	125
きんむ（しゅうぎょう）じかん 勤務（就業）時間	Thời gian làm việc	179
けいかく 計画	Kế hoạch	135
けっせき 欠席	Vắng mặt/Không tham dự	193
こうぎ 講義	Giảng giải / Diễn giảng / Bài giảng / Giờ học	124
こうしゅう 講習	Bài học	101
こうじょ 控除	Xóa bỏ	195
こうじょう 工場	Nhà máy	159
こうじょうちょう 工場長	Giám đốc nhà máy / Xưởng trưởng	123
こくせき 国籍	Quốc tịch	164
こよう 雇用	Tuyển dụng	191
こようけいやく 雇用契約	Hợp đồng lao động	134

日本語	ベトナム語	
こようほけん 雇用保険	Bảo hiểm tuyển dụng	104
ざいりゅうカード 在留カード	Thẻ lưu trú	175
ざいりゅうしかく 在留資格	Tư cách lưu trú	189
ざいりゅうしかくへんこう 在留資格変更	Thay đổi tư cách lưu trú	174
ざいりゅうじょうきょうひょうか 在留状況評価	Đánh giá tình trạng lưu trú	119
ざがく 座学	Học tại lớp	132
さぎょうげんば 作業現場	Hiện trường tác nghiệp / Nơi làm việc	129
ざんぎょう 残業	Làm ngoài giờ / Tăng ca	146
しかく 資格	Tư cách / Bằng cấp	188
しかくしけん 資格試験	Kỳ thi chứng nhận tư cách	141
じかんわり 時間割	Thời gian biểu / Tỉ lệ thời gian / Chia giờ	178
しぎょうじかん 始業時間	Thời gian bắt đầu công việc	177

日本語	ベトナム語	
じぎょうぬし 事業主	Chủ doanh nghiệp	108
しごと 仕事	Công việc	117
じしょ 辞書	Từ điển	190
じぜんこうしゅう 事前講習	Khóa học trước khi tiến hành	138
じつぎしけん 実技試験	Kiểm tra thực hành kỹ năng	139
じっしゅうじっししゃ 実習実施者	Cơ quan tổ chức thực tập	115
しつもん 質問	Câu hỏi	106
しどういん 指導員	Người chỉ dẫn / Người hướng dẫn	153
じむしょ 事務所	Văn phòng	192
しゃかいほけん 社会保険	Bảo hiểm xã hội	105
しゃちょう 社長	Tổng giám đốc / Giám đốc	185
しゅうかん 習慣	Thói quen / Tập quán	181

日本語	ベトナム語	
じゅうぎょういん（しゃいん） 従業員（社員）	Nhân viên (nhân viên công ty)	160
しゅうごう 集合	Tập hợp	171
しゅうりょうしょう 修了証	Chứng nhận hoàn tất	111
しゅうろう 就労	Lao động/Làm việc	147
しゅくしゃ（りょう） 宿舎（寮）	Ký túc xá	145
じゅけん 受検	Dự thi	121
しゅっせき 出席	Tham dự	172
しゅにん 主任	Chủ nhiệm	109
じゅんび 準備	Chuẩn bị	110
しょくぎょう 職業	Nghề nghiệp	152
しょくば 職場	Nơi làm việc	161
せいかつしどういん 生活指導員	Người hướng dẫn sinh hoạt	155

日本語	ベトナム語	
ぜいきん 税金	Tiền thuế	184
そうたい 早退	Sự dời đi sớm / Sự thoái lui nhanh / Về sớm	168
そうだん 相談	Thảo luận	173
だんたいせいかつ 団体生活	Sinh hoạt tập thể	166
たんとうしゃ 担当者	Người phụ trách	156
だんどり 段取り	Kế hoạch từng bước / Việc lên kế hoạch theo từng bước	136
ちこく 遅刻	Sự muộn / Sự đến muộn / Đi trễ	169
ちしき 知識	Tri thức / Kiến thức	186
ちんぎん（きゅうりょう） 賃金（給料）	Tiền công (tiền lương)	183
にっし（にっき） 日誌（日記）	Sổ nhật ký / Sổ ghi nhớ	167
にってい 日程	Lịch trình	148
にほんごのうりょくしけん 日本語能力試験	Kỳ thi năng lực tiếng Nhật	143

日本語	ベトナム語	
ぱすぽーと（りょけん） パスポート（旅券）	Hộ chiếu (Passpot)	130
はんせい 反省	Sự suy nghĩ lại / Rút kinh nghiệm	170
ひょうか 評価	Đánh giá	118
ふくしゅう 復習	Ôn tập	162
べんきょう 勉強	Học / Việc học	131
ほうこく 報告	Báo cáo	102
ほうりつ 法律	Pháp luật	163
ほけん 保険	Bảo hiểm	103
もんげん 門限	Giờ đóng cửa/Giới nghiêm	126
れんらくじこう 連絡事項	Hạng mục liên lạc	128
ろうどうきじゅんほう 労働基準法	Luật Tiêu chuẩn lao động	149
ろうどうじょうけん 労働条件	Điều kiện lao động	120

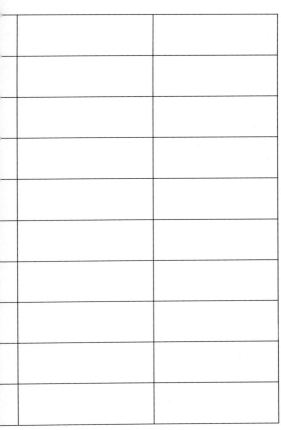

専門用語対訳集
「安全衛生・技能実習用語」(ベトナム語版)

2013 年 7 月　　初版
2023 年 10 月　　13刷
2024 年 10 月　　2 版

発行　　　公益財団法人　国際人材協力機構
　　　　　教材センター

〒108-0023　東京都港区芝浦2-11-5
　　　　　　五十嵐ビルディング
　　　　　　Tel：03-4306-1110
　　　　　　Fax：03-4306-1116

ホームページ　　https://www.jitco.or.jp/
教材オンラインショップ　https://onlineshop.jitco.or.jp

©2024 JAPAN INTERNATIONAL TRAINEE & SKILLED WORKER
COOPERATION ORGANIZATION
All Rights Reserved.

 本書の全部または一部を無断で複写（コピー）、複製、転載すること（電子媒体への加工を含む）は、著作権法上での例外を除き、禁じられています。